Hollow

Mesándel Virtusio Arguelles

Translated by Kristine Ong Muslim

With an introduction by
Amado Anthony G. Mendoza III

Fernwood
PRESS

Hollow

Fernwood Press
Newberg, Oregon
www.fernwoodpress.com

Printed in the United States of America

Page and cover design: Mareesa Fawver Moss

Cover photo: Brina Blum on Unsplash

ISBN 978-1-59498-079-4

Mesándel Virtusio Arguelles wishes to dedicate this book to Mary Jane, Maria Rilke, and Aram.

Contents

Acknowledgments

Many thanks to the editors of the following publications where early versions of these translated poems, often with their Filipino-language counterparts, first appeared:

armarolla issue V, February 2020 (Nicosia, Cyprus/ Prague, Czech Republic): "Summer"

Asymptote, July 2016 (Zhongshan, China): "Deep Well"

Circumference: Poetry in Translation, August 2015 (USA): "Curse"

Construction Magazine, Winter 2016 (USA): "Vocabulary"

Fishhouse, December 2016 (USA): "Box," "Lesson in History," "Your Life Will Always Fail"

Poetry at Sangam, August 2018 (India): "Lesson in History"

Spoon River Poetry Review volume 41, number 1, Summer 2016 (Illinois State University, USA): "Summer"

[sic] – a Journal of Literature, Culture and Literary
   Translation, no. 1 - Year 8, December 2017
   (University of Zadar, Croatia): "Fourteen
   Pictures"

The Cossack Review volume 3, issue 2, Fall 2015
   (USA): "Window," "Greater Than Modern
   Art"

The Missing Slate June 2015 (Low Key/Slate
   Publications, Pakistan): "Hollow"

Introduction:
Access and Topology

To translate is to lose certain pieces of information and generate new ones. To gain one thing, something is lost along the way. As I understood it, this is what mathematicians call topology: the discipline that studies not the measurement of objects and their distances, but rather the constant transformation of objects, their continuous distortion to the point that they appear totally different, even if they are the same thing topologically.

—"Topological Time in *Proyecto Nocilla* and *Postpoesia* (and a brief comment on the Exonovel)," Agustin Fernandez Mallo

Here die words, here ends the world I know.

—*The Unknown Islands*, Raul Brandao

While many things have been said about poetry, I want to begin by insisting that there is always poetry in insistence. And that there is always insistence in poetry.

The reality and force of both statements is not something new or peculiar in the history of poetry. The works of Roque Dalton, Enrique Linh, and Nicanor Parra—three of the many great poets (and "antipoets") Latin America had sired in the twentieth century—come to mind as precedents when referring to this seesaw between insistence and poetry. One can marvel at Dalton's confident posturing against private property in "Acta" (Act); feel the infinite struggle between innocence and ignorance in Linh's "Porque Escribi" (Because I Wrote); and poke fun at Parra's enunciated renouncement of language and literature in "Me Retracto de Todo lo Dicho" (I Take Back Everything I've Said). But the one thing that's common in their poetry is their simultaneous faith on and irreverence against the many things that poetry can *say*, *retract*, and *do*.

Interestingly and incidentally, Mesándel Virtusio Arguelles's poems, especially those collected in this volume (originally published in 2013 as *Guwang* [High Chair]), summon the similar spirit present in the works of the aforementioned Latin American masters. This is not to say by any means that the poetry of Arguelles is not of our time. Save for the works of Allan Popa and Carlos Piocos, I cannot think of any contemporary Philippine poetry than Arguelles' which has both belonged to its moment and to the period of its intended and unintended precursors—a sense of the unspeakable, a constant unearthing of what is not known about the known, and a dogged persistence of tracing the illegible in the legible. In this choreography between what passes for poetry in insistence and what is believed to be insisted (or retracted) in and by poetry, we find in this volume (beautifully translated by Kristine Ong Muslim) the many ways through which Arguelles's poems make accessible the topological and material nature of images and language.

Regarded as one of the most prolific Filipino poets in the twenty-first century with eighteen volumes of poetry under his belt, *Hollow* represents the many conceits present in both Arguelles's past and succeeding works. While older Filipino critics tend to describe Arguelles's work as a welcome departure from the weary lyrical and symbolist tradition, doing so does not really do much justice to what his works have to offer. For instance, the poems "Your Life Will Always Fail" (Ang Iyong Buhay ay Laging Mabibigo) and "Vocabulary" (Bokabularyo) can be seen as more relaxed, refined, and chiseled versions of Arguelles's "surface poetry" and non-lyrical pieces in *Menos Kuwarto* (Pithaya Press, 2002) and *Ilahás* (High Chair, 2004). "Exercises in Futility" (Pagsasanay sa Walang Saysay), on the other hand, reads like a sequel to his first book-length erasure project in *Alingaw* (High Chair, 2010) and a prequel to the same project featured in *Pesoa* (Balangay, 2014). Then there are, of course, pieces that showcase the deceptive simplicity of Arguelles's language and how they lend themselves to translation in different ways. Take for instance the piece "Curse" (Sumpa):

Curse

Because you discovered that
the world was not yours, your world

crashed. Your world

that just because was not yours
crashed but not because of you

Until you stand up now
to a world built on nothing

While the translation maintained the source text's overall structure, it is in its fidelity where the difference between the source and target text lies. In the original, most of the emphasis is placed on the possessive pronoun "iyo" ("*Nang matuklasan mong hindi sa iyo/ang daigdig, gumuho*"), denoting the possibility of owning (or having owned) something as abstract and immense as the world, notwithstanding the poem's persona suggesting otherwise. In the translation, however, the emphasis is inevitably placed on that which cannot ever be owned ("*Because you discovered that / the world was not yours, your world*"), thereby negating any possibility of owning something in this world—even the things that were supposed to be ours. While one can easily dismiss this difference as a product of a target language's intrinsic linguistic features, one can also see this as Arguelles's deliberate attempt to write in a language he both owns and (unwittingly) disavows. Following this logic, the poem's implicit question and insistence becomes all the more clear: how can something be "not yours" when you can put it into words?

Seeing translation not as a means of understanding a poem but as a way of revealing that which that lies beyond meaning (Arguelles, 2014), the poems in *Hollow* and in his other works implore readers to see words and images as objects possessing multiple surfaces: as sites where the possible and impossible, visible and invisible, exist as sides/layers of the same shape and landscape. This insistence of the topological nature of the *word* and the *world*—the insistence that the *word is of this world* and that *the world is made out of words*—is more evident in the collection's longer works, such as "Deep Well" (Balong Malalim), "Fourteen Pictures" (Labing-apat na Larawan), "Landscape" (Tanawin), and "Cain" (Kayin).

In all the mentioned poems, Arguelles forces readers to reconsider the boundaries that separate the image(s) and the real. Ponder, for instance, these lines from the poem "Deep Well": "...*Why say the word is profound. The well will be / surrounded by children. Why say the well is deep / if the word can bring up the word...*" Or in the succeeding stanza where the image is shown as a trap on its own: "*You cannot climb out of a well in the image of the well / The word you are about to put into words that are steadily / trying to reach you. / What you raised cannot be raised / not forever...*"

The same worldliness of a scene/portrait/image is also displayed in the final lines of "Landscape": "...*You examined his body / You were of similar build, almost identical-looking, too / It is possible you are him but not him. You / are the narrator, you/ are the one being heard by the Reader, in the afterlife / before the page...*" This seemingly abrupt shift in the poem's tone and focus is nicely set up through the consistent use of the pronoun "you," as if to say that the object of and in the poem is present before the poet and the reader, breathing and alive. Through his use of direct address, Arguelles's poems provide readers access to a place beyond meaning—a space/hollow/gap where the prospect of an encounter between the word, the world, and the self is but a foregone conclusion. While Arguelles already expounded on this in his essays on poetry and translation, I believe that reading the poems themselves will give readers a different experience and a full view of his poetic project(s).

To end, I want to leave something from Jean-Luc Nancy which is reminiscently similar to the way Arguelles's poetry "arrives" to its readers. In his essay "Making Poetry," Nancy describes poetry as something that "does not exactly have sense; rather it has the sense of an access to a sense that is each time absent, and postponed until later." Following this logic and before I leave the readers of this collection to their own devices, I leave to readers the tenth Russian doll from "Fourteen Pictures":

10

> That which is concealed by the hand
> that was concealed by the hands
>
> that created the fourteen pictures
>
> on the walls that spanned
> the entirety of his sanctuary
>
> That which is insisted on by the paintbrushes
>
> That which is held by the mold
> in his hands kept secret
>
> from everyone

A.A.G. Mendoza III
25 January 2020

Works Cited

Arguelles, Mesándel Virtusio. *Pesoa*. Balangay Books. 2014.

———. *Pilas ng Papel*. Manila: De Lasalle Publishing House. 2014.

———. *Guwang*. Quezon City: High Chair. 2013.

———. *Alingaw*. Quezon City: High Chair. 2010.

———. *Ilahás*. Quezon City: High Chair. 2004.

———. *Menos Kuwarto*. Pithaya Press. 2002.

Dalton, Roque. *Small Hours of Night: Selected Poems of Roque Dalton*. St. Martin, Hardie (ed.). Connecticut: Curbstone Press. 1996.

Linh, Enrique. *The Dark Room and other Poems*. Lerzundi, Patricio (ed.). New York: New Directions. 1972.

Nancy, Jean-Luc. *Multiple Arts: The Muses II*. Simon Parks (ed.). California: Stanford University Press. 2006.

Parra, Nicanor. *Poems and Antipoems*. Milner, Henry (ed.). New York: New Directions. 1967.

Hollow

Vocabulary

Nothing, you say

in the language of your hunger
to persistently create, to go over yourself. You always need to

reiterate nothing

in your vocabulary
so you won't forget to remember having repeated

your word
Come, eat

the word
greater than your hunger

Bokabularyo

Wala, wika mo

sa bokabularyo ng iyong gutom
sa paglikha tuwina, ang ulitin ang sarili. Kailangan ulit

-ulitin ang wala

sa iyong bokabularyo
upang hindi malimot maalalang inuulit

ang sariling salita
Halika, kainin

ang salitang higit
malaki sa iyong gutom

Deep Well

Once, something falls by accident
into a well long devoid of water. Like a coin
it will clink when it hits the deepest point, echoing
within the hollow suddenly surrounded by children: think of
how to haul up what was not supposed to fall

If you look out, what will look back at you is a pensive
gaze. You will let go of one wish, which will appear as if
it were forever falling in the split second before reaching
the very bottom that had long ago dried up. It will ripple
and you will feel the lingering thirst seemingly quenched

Why say that a word is profound. The well will be
surrounded by children. Why say that a well is deep
if the word can bring up the word. In the mouths
of children, dangling in their tongues are wishes
Why keep holding on to a promise. Once more

you wish for a poem. One poem from the word to fall
again. Again, the darkness quickly consumes the word
falling from your mouth, there is no hoping for
whether it reaches the deepest point. The mouth stays
on top of the world there's no shutting the void

You cannot climb out of a well in the image of a well
The word you are about to put into words that are steadily
trying to reach you. What you raise cannot be raised
not forever. Once the children have gone home
you quietly approach what they have surrounded, closely

Balong Malalim

Minsan, hindi man sinasadya mayroong mahuhulog
sa balong matagal nang walang tubig. Waring barya
kakalansing ito pagsapit sa pinakalalim, aalingawngaw
sa guwang na pagdaka'y maliligid ng mga bata: pag-isipan
kung paano maiaahon ang di-sinasadyang nahulog

Kung dudungaw ka dudungaw sa iyo ang isang malalim
na titig. Ihuhulog mo ang isang salitang hiling, mawawari
walang hanggan itong mahuhulog sa sansaglit bago sapitin
ang pinakalalim na ilang panahon nang natuyo. Kikilapsaw
at madarama mo ang mahabang uhaw na tila mapapawi

Bakit sasabihing ang salita ay malalim. Sa balon ay liligid
ang mga bata. Bakit sasabihing ang balon ay malalim
kung maiaahon ng salita ang salita. Nasa mga bunganga
ng mga bata nakabitin sa mga dila ang mga kahilingan
Bakit panghahawakan ang bibitiwang salita. Tuwina

hiling mo ang isang tula. Isang tula mula sa salitang ihuhulog
sa tuwina. Tuwina, dagling kakainin ng dilim ang salitang
ihuhulog ng iyong bunganga, walang pag-asang mawari
kung ito'y aabot sa pinakalalim. Mananatili ang bunganga
sa ibabaw ng mundo hindi mapatitikom ang pagkaguwang

Hindi ka makaaahon sa balon ng imahen ng balon
Ang salitang iyo nang ihuhulog sa mga salitang patuloy
sa pag-abot sa iyo. Ang iyong iaahon hindi makaaahon
hindi habang-panahon. Sa pagsisiuwi ng mga bata
tahimik kang lalapit sa kanilang niligiran, mataman

making out what they have spent one day poring over how
to haul up—they even let fall what was not meant to fall
You slowly lower the bucket tied to a rope, slide
across your palms the threadbare strand of time
while the mouth of the well seems to swallow your tongue

Left out by time nothing is left behind but this—
an open mouth waiting for the trickling outcome
that has no apparent cause. One day the sun will come out
and find what it has long been searching for: the shadow that once
went down unable to surface for a long time

You cannot drain the image of a well: a hundred wells
Consider a hundred wells in the direction of the spring
that has to be drained from the surface of the earth before it dips
to its lowest point: a hundred wells. Anything can be brought up
anything can be dropped. You cannot keep under wraps

what stays open for every tomorrow that is not part
of every opening of the world until tomorrow becomes the end. You
see yourself when you peer into the well you are sleeping
open-mouthed dreaming of what cannot be raised talking
in your sleep out of reach of the word that is falling

aaninagin mo ang isang araw nilang pinag-isipan kung paano
iaahon—naihulog nila maging ang hindi dapat maihulog
Marahan mong ibababa ang nakalubid na timba, dudulas
sa iyong mga palad ang pinagnisnis nang hibla ng panahon
habang ang bunganga ng balon tila lulunukin ang iyong dila

Maiiwan ng panahon walang maiiwan kundi ito—
nakaguwang na bungangang naghihintay ng mahuhulog na bunga
nang walang anumang dahilan. Isang araw ang araw dudungaw
at matatagpuan ang matagal nang hinahanap: ang aninong minsan
nang mahulog hindi makaahon sa mahabang panahon

Hindi masasaid ang imahen ng balon: isang daang balon
Isang daan ang balon kung iisipin patungo sa bukal ng tubig
na kailangang masaid sa ibabaw ng mundo bago malusong
ang pinakalalim: isang daang balon. Maiaahon ang anuman
maihuhulog ang anuman. Hindi mo matatakpan

ang mananatiling bukas sa bawat bukas na wala
sa bawat bukas ng daigdig hanggang sa bukas na wakas. Ikaw
pagdungaw sa balon ang madurungawan ang nahihimbing
nang nakanganga nananaginip nang hindi maiaahon nagsasalita
sa pagtulog hindi maaabot ng salitang nahuhulog

Cain

Like
    a thin rope

Steadily, you tread
in the dark, listening

Like
    a thin rope drawing

you along. You will find

your sister: crouched in the
corner of an old pigpen. For a long time

you have not cared for a pig
so the wailing is quite unsettling

She is hunkered down—as if straddling
a one-man boat. Not paddling

but huddled against

her huddled knees that serve as altar
throne for which she could rest her head

her long hair—like a river of mourning

How many times have you found her there

A large knife, embedded on the wall, remains mute

You had already forgotten the reasons
she often cried out in distress

Kayin

Tila
    manipis na tali

Walang patid tahak ng iyong
mga paa sa dilim ang naanasan

Tila
    manipis na tali na humihila

sa iyo. Matatagpuan mo

ang kapatid: nakasiksik sa isang
sulok ng lumang kural ng baboy. Malaon na

kayong walang alaga ni isa
kaya lubha, nakababahala ang gibik

Nakatalungko siya roon—tila lulan
ng isahang bangka. Hindi sumasagwan

sa halip nakayakap

sa magkayakap na tuhod, silbing altar
luklukan ng kanyang ulong lugay

ang mahabang buhok—parang luksang ilog

Ilang ulit mo na ba siyang natatagpuan doon

Tahimik ang gulok na nakahimlay sa dingding

Nalimot mo na ang mga dahilan
kung bakit madalas siyang maghimutok

and in all those instances
you could not do anything to lead her

out of her sanctuary

You just find yourself
always turning your back on your discovery

She often gives away what's intended for herself
without, without the notion of selflessness

because there is no self to begin with—

no possessions except for hands only meant
to perform chores assigned only to her

since she considers herself as her inadequacy

It seems she cannot ever wash her hands
which were already relegated to washing dishes

It is not only her brow that's being cleaved
but also almost the whole face
and one eye is made to close
while the mouth remains open
to enunciate one syllable
to ask you to repeat the words
that sound as if they have yet to once again dissolve
You place your mouth next to her ear:
as if tossing a word into a well

A specialist shows you on the monitor
the condition of her ears:

sa bawat gayong pagkakataon
wala kang magawa upang siya'y akayin

palabas sa kanyang kanlungan

Hinaharap mo lang ang sariling natatagpuan
na tumatalikod lagi sa iyong natatagpuan

Lagi niyang ibinibigay ang anumang para sa sarili
nang wala, walang nosyon ng pagbibigay ng sarili

dahil walang maituturing na sarili sa simula pa—

walang kanya kundi mga kamay na kaya lamang
tumupad ng mga gawaing tanging maiaasa sa kanya

pagkat tinanggap na ang sarili'y sariling kakulangan

Waring hindi niya mahuhugasan ang mga kamay
kailanman na itinali na sa paghuhugas ng pinggan

Nahihiwa hindi lang ang kanyang noo
kundi halos buong mukha
at ang isang mata'y napapapikit
habang nakabuka ang bibig
sa pagbigkas ng isang pantig
upang ipaulit ang mga salitang
sa wari'y makailang-ulit pang nalusaw
Inilapit mo ang iyong bibig sa kanyang tainga:
tila maghuhulog ng salita sa balon

Sa monitor ipinakita sa iyo ng espesyalista
ang kalagayan ng kanyang mga tainga:

hollowed out bit by bit by infection

You remember what you had read
in a grade-school science textbook

a labyrinth exists inside our ears

Then, you place your ear against the ground
to determine if you can hear what looms:

an approaching train or a faint footfall. Place against
the concrete wall to hear what is on

the other side. Place against everywhere to pick up
rapidly spreading news, to also pick up what was picked up

by the ground's ear. Lately, you want to place
your ear against the ear of your sister, whose hearing

was already impaired. Perhaps you will overhear
what is afflicting her, what has afflicted her

The sense of hearing lends balance, so that one can stand up
walk in a straight line, ride a bicycle
which she was also unable to learn like some other things
yet she did not think of them as her disability:

satisfied with whatever is available, and nothing—
her body desires nothing,
her body is dedicated to the household, to serve
her siblings and parents for life

unti-unting ginuguwang ng impeksiyon

Naalala mo ang nabasa
sa pangprimaryang aklat sa agham

sa ating tainga ay mayroong laberinto

Idinidikit mo noon ang iyong tainga sa lupa
upang matiyak kung maririnig ang nasa malayo pa:

paparating na tren o mahihinang yabag. Idinidikit
sa kongkretong dingding upang marinig ang nasa

sa kabila. Idinidikit kung saan-saan upang masagap
ang balitang may pakpak, mapulot din ang napulot

ng tainga ng lupa. Kamakailan, ibig mong maidikit
ang iyong tainga sa tainga ng kapatid na mahina na

ang pandinig. Baka-sakaling iyo ring maulinigan
ang sumasapit sa kanya, ang kanyang sinapit

Pambalanse ang pandinig upang makatayo
makalakad nang tuwid, makapagbisikleta
na hindi rin natutuhan gaya ng ibang bagay
na hindi naman inaring kakulangan:

kontento sa anumang mayroon at wala—
wala nang kailangang asamin ang katawan
na inilaan sa tahanan upang mapagsilbihan
buong buhay ang mga kapatid at magulang

Now, her hearing is declining fast
due to an untreated injury
from severe childhood illness
and not only once she's experienced loss of balance

You weigh these things in your mind
but you cannot ever make headway into
her realities that came with hearing loss

You cannot ever reach her
even if the navel has fused

your breaths together. Isn't it true
you are your sister

    the keeper

Mabilis nawawala ang pandinig niya ngayon
bunga ng napabayaang pinsala
ng malubhang karamdaman sa pagkabata
at di-miminsan nang nawalan ng balance

Naninimbang ka sa wari
ngunit hindi kailanman makatutuloy
sa daluyang sa kanya ay nabuksan sa pagsasara

Hindi mo siya kailanman naabot
kahit pa pinagdurugtong ng pusod

ang mga hininga. Hindi nga ba
ang iyong kapatid ay ikaw

    ang tagapangalaga

Window

He surprised him by the window
on the eighth floor. He should not

have been caught unaware—
there was prior notice about the cleaning.

Light strikes the gaps amid the blinds
and the glass panel gleams

between them. Something becomes apparent
like an image:

is it his? is it his?
He sees himself, he sees himself

He steps on concrete
He stands in a pit

Briefly, he stops what he is doing
He looks forward to a long day

Continuing to crawl
he ascends patiently

There are a thousand and one windows

Bintana

Bumulaga siya sa bintana
sa ikawalong palapag. Hindi siya

dapat nagulat—
iniabiso ang paglilinis. Tumatama

ang sinag sa mga siwang ng blinds
at kumikinang ang salamin

sa kanilang pagitan. May lumilinaw
waring imahen:

ang sa kanya? ang sa kanya?
Nakikita niya siya, nakikita niya siya

Kongkreto ang kanyang tinatapakan
Nasa hukay ang dalawa niyang paa

Saglit niyang inihinto ang gawain
Mahaba ang araw niyang tinitingala

Patuloy sa paggapang
umaakyat siya sa sariling pisi

May isang libo't isang bintana

Greater than Modern Art

Not real, far too real
from his standpoint are the houses

on the hilltop. Like in a painting
except there was no way to know

just who the painter might be

These are not the houses of Braque
or Kandinsky. The duskiness

the triangles of roof
cubes of window, of door—

And at night, clusters of light
"Surreal, I cannot believe

you are here. Did you see
the houses? Did you see?"

Higit sa Modernong Sining

Hindi totoo, malayong totoo
sa kanyang paningin ang mga bahay

sa gulod. Parang sa isang pinta
ngunit hindi mahinuha

kung sino ang maaaring gumuhit

Hindi ito ang mga bahay ni Braque
o ni Kandinsky. Ang lamlam

ang tatsu-tatsulok ng bubong
kahon-kahon ng bintana, ng pinto—

At sa gabi, mga kumpol ng ilaw
"Suryal, hindi ako makapaniwalang

narito kayo. Nakita n'yo ba
ang mga bahay? Nakita n'yo ba?"

The Life That He Promised

Because he knows the difference between
painting inside a studio and painting outdoors

and because he believes that the latter produces
better art than the former, you will realize why

he was not able to give up painting in the garden
even if rain was pouring that day

Maybe until raindrops
have not melted the paint, he would keep on

painting, unmindful of his illness
So what if I die, he wrote in a letter

Many days later, he did pass away
His last artwork was unfinished but

not the life that he promised
for he would die painting

Ang Kanyang Buhay na Ipinangako

Sapagkat kanyang nauunawaan ang kaibahan
ng pagpipinta sa istudyo at ng pagpipinta sa labas

at dahil naniniwala siya sa huli bilang magiging
mahusay kaysa una, matatanto kung bakit

hindi niya maiwan ang pagpipinta sa hardin
kahit pa bumuhos ang ulan nang araw na yun

Maaaring hanggang sa mga patak na makakaya
na hindi malusaw ang pintura ay nanatili siya

sa puspusang pagpipinta, balewala ang karamdaman
Ano kung pumanaw, aniya sa isang liham

Ilang araw pagkalipas at tuluyan siyang pumanaw
Hindi natapos ang huling obra ngunit hindi

nagtatapos doon ang kanyang buhay na ipinangako
sa sariling magwawakas nang nagpipinta

Curse

Because you discovered that
the world was not yours, your world

crashed. Your world

that just because was not yours
crashed but not because of you

Until you stand up now
to a world built on nothing

You want to continue
after everything had come to pass, after everything

was made known. Now

voices implore calmly, no more
chatter of alternating words that once

had their use. The self had use

for the self, you wish to tell yourself
in the end, to celebrate what passes for life

You will write
yourself. You will write

on every word you will choose

in order to submit yourself
to every word you will renounce

Sumpa

Dahil sa natuklasang hindi sa iyo
ang daigdig, gumuho

ang iyong daigdig. Ang iyong daigdig

na dahil hindi sa iyo
gumuho hindi dahil sa iyo

Hanggang tumindig ka sa ngayon
sa daigdig na sa wala nakatindig

Nais mong magpatuloy
pagkaraan ng lahat, pagkaraang lahat

ilahad. Ngayon

mahinahon ang mga tinig, wala na
ang nagsasalitang salitang minsan

mayroong sariling silbi. Mayroong silbi

ang sarili, nais mong masabi, sa sarili
sa huli, bilang pagtanda sa inaakalang buhay

Isusulat mo
ang sarili. Isusulat mo

sa bawat salitang pipiliin

upang maiharap ang sarili
sa bawat salitang tatalikuran

in order to once again fail
in every renunciation

On the day you need
to say goodbye, you cannot walk away from

your room. At the last moment

you will decide to slip it inside your pocket
There's your bed, small table, lamp

for reading. You will travel

from thereon without leaving
your room. In your frequent reentry

into it, you need to always ask for permission

Each day, you cannot walk away from
your room. Inside your pocket

every last moment, you slip it in

At this moment, you curse once again having lived
for art

upang muli lamang mabigo
sa bawat pagtalikod

Sa araw na kailangan mo
nang magpaalam, hindi mo maiiwan

ang iyong silid. Sa huling sandali

ipapasya mong isilid ito sa iyong bulsa
Naroon ang iyong kama, mesita, ilaw

sa pagbabasa. Maglalakbay ka

mula roon nang hindi iniiwan
ang iyong silid. Sa muli't muling pagpasok

dito, kailangan mong laging magpaalam

Bawat araw, hindi mo maiiwan
ang iyong silid. Sa iyong bulsa

bawat huling sandali, ito ang iyong isinisilid

Sa sandaling ito, muli mong isusumpang mabuhay
para sa sining

There Is

Fill in the blank

from those
inside the parentheses

(If there is anything that can be
shared to give life

to this form)

Share it with others in the hope that
your fate changes in other people's hands

Try to capture
two birds

with your camera
The one captured at the

click

is the last one to
fly of the two

the bird that will settle
on the palm after flying

It is only then that the palm
will clench itself into a fist

to once again unclench
the next day

Mayroon

Punan ang patlang

mula sa mga nasa
loob ng panaklong

(Kung mayroon mang maiba
-bahagi upang mabuhay

ang anyong ito)

Ibahagi sa iba sa pag-asang iba
ang iyong palad sa kamay ng iba

Tangkaing hulihin
ang dalawang ibon

sa iyong kamera
Ang mahuhuli pag

-klik

ang mahuhuli sa pag
-lipad agad ng dalawa

Ang ibong dadapo
sa palad sa paglipad

saka lamang kukuyumin ng
palad ang sarili

upang muling bumukas
bukas

Exercise in Futility

If you are not content in simply seeing

the nakedness of this body that can

only reside in you as well as the space between

until you can once again look up to

the beauty that, once seen, would be enough for you

to lose (something in place

or moment that can only tell

when it arrives that it is enough

for now

the nakedness of this body that can

only reside in you as well as the space between

until you can once again look up to

the beauty that, once seen, would be enough for you

to lose (something in place

or moment that can only tell

when it arrives that it is enough

for now

Pagsasanay sa Walang Saysay

Kung hindi sapat lang ang makita

ang kahubdan ng katawang sa iyo

at sa patlang lamang maaaring manahan

hanggang muli at muli kayang tunghayan

ang kagandahang pagtunghay ay sasapat

nang mawala (ang nasa lugar

o panahong tanging makapagpapahayag

pagsapit na sapat na

maging ngayon

ang kahubdan ng katawang sa iyo

at sa patlang lamang maaaring manahan

hanggang muli at muli kayang tunghayan

ang kagandahang pagtunghay ay sasapat

nang mawala (ang nasa lugar

o panahong tanging makapagpapahayag

pagsapit na sapat na

maging ngayon

only reside in you as well as the space between

until you can once again look up to

the beauty that, once seen, would be enough for you

to lose (something in place

or moment that can only tell

when it arrives that it is enough

for now

until you can once again look up to

the beauty that, once seen, would be enough for you

to lose (something in place

or moment that can only tell

when it arrives that it is enough

for now

the beauty that, once seen, would be enough for you

to lose (something in place

or moment that can only tell

when it arrives that it is enough

for now

at sa patlang lamang maaaring manahan

hanggang muli at muli kayang tunghayan

ang kagandahang pagtunghay ay sasapat

nang mawala (ang nasa lugar

o panahong tanging makapagpapahayag

pagsapit na sapat na

maging ngayon

hanggang muli at muli kayang tunghayan

ang kagandahang pagtunghay ay sasapat

nang mawala (ang nasa lugar

o panahong tanging makapagpapahayag

pagsapit na sapat na

maging ngayon

ang kagandahang pagtunghay ay sasapat

nang mawala (ang nasa lugar

o panahong tanging makapagpapahayag

pagsapit na sapat na

maging ngayon

to lose (something in place

or moment that can only tell

when it arrives that it is enough

for now

or moment that can only tell

when it arrives that it is enough

for now

when it arrives that it is enough

for now

for now

nang mawala (ang nasa lugar

o panahong tanging makapagpapahayag

pagsapit na sapat na

maging ngayon

o panahong tanging makapagpapahayag

pagsapit na sapat na

maging ngayon

pagsapit na sapat na

maging ngayon

maging ngayon

Your Life Will Always Fail

Even if you try to do
everything to make art
your life, you will always fail

Even if you try to do
everything to make your life
your art, you will always fail

Even if you try to seize
your life to make everything
your art, you will always fail

Your art will always be changed by your life
Your life will always be failed by your art
Your art your life your failure

Ang Iyong Buhay ay Laging Mabibigo

Sikapin mo mang gawin
ang lahat upang maging sining
ang iyong buhay ay laging mabibigo

Sikapin mo mang gawin
ang lahat upang maging buhay
ang iyong sining ay laging mabibigo

Sikapin mo mang agawin
ang iyong buhay upang maging lahat
ang iyong sining ay laging mabibigo

Ang iyong sining ay laging mababago ng iyong buhay
Ang iyong buhay ay laging mabibigo ng iyong sining
Ang iyong sining ang iyong buhay ang iyong kabiguan

Fourteen Pictures

1

The old man's mouth
remains open

enunciating as if repeatedly
breathing on the words

relinquishing them fully
to the wind while earnestly

listening nothing is heard
by the old man in the middle

2

In the hollow of their mouths
the hymn for gloom seems in tune

With eyes that roll back
in great terror

while huddled in front
in a strange urge to congregate

when traveling to Saint Isidore

Night inches past the remaining sanity
Left behind by dwindling sanity

Labing-apat na Larawan

I

Ang bunganga ng matanda
nananatiling bukas

sa pagwiwika tila ilang ulit
hinihingahan ang mga salita

upang lubusang maipasa
-hangin habang taimtim

na nakikinig walang naririnig
ang nasa gitnang matanda

2

Sa guwang ng kanilang mga bunganga
tila sumasaliw ang papuri sa karimlan

Markado ng mga matang tumitirik
sa matinding pagkagimbal

habang nagsisiksikan sa harap
ng di-mawatasang puwersang tumipon

sa paglalakbay patungong San Isidro

Gumagapang ang gabi sa nalalabing katinuan
Nalalabi sa gumagapang na katinuan

3

Crashing any moment now is
the blade
  against whoever invites to the dining table

this widow, who volunteered to redeem
the Israelites, according to the Apocrypha

Her expression is meek
yet intent on fulfilling what she took upon herself:

behead the enemy without hesitation

There is no need to rinse
even when the hands are stained with blood

4

A combination of shock and lunacy
is on the face of a god devouring

his offspring

As if aware of his depravity
yet powerless

even in his divinity

to overcome an immense hunger
reminiscent of a beast's

His eyeballs close to popping out of their sockets
from the intensity of his appetite and disbelief

The void of his mouth is vast

3

Anumang sandali'y pabagsak
ang talim
    sa nag-anyaya sa kanyang hapag

sa balo na nagboluntaryong tumubos
sa mga Israelita ayon sa Apokripa

Kay amo ng kanyang mukha
ngunit matiim sa pagtupad ng inako:

pugutan ang kaaway nang walang pasintabi

Hindi kailangang mahugasan
magkabahid-dugo man ang mga kamay

4

Magkahalo ang gimbal at kabaliwan
sa mukha ng diyos na lumalamon

sa kanyang supling

Tila maláy sa malaking kaiimbian
subalit walang kapangyarihan

kahit sa kanyang pagkadiyos

para labanan ang malaking gutom
tulad ng sa isang hayop

Halos lumuwa ang kanyang mga mata
sa masidhing nasa at di-mapaniwalaan

Kay lawak ng guwang ng kanyang bunganga

Swallowing his will

5

Witches convene

Two main characters
occupy opposing sides:

the great he-goat to the left
while the maiden is seated

on the right side that had been lopped off
during restoration, according to the note

the over fifty-inch distance across

The edge of what was painted had vanished
You disappeared in the middle of the canvas

6

Discovered upon close examination:
the veil had been painted later

It cast a pall over the docile face
of a lady who leaned against a rock

her slightly bent body
The arm resting against the head

The gossamer cloth is lightweight

Malululon ang kalooban

5

Nagkakatipon ang mga mangkukulam
Ang dalawang pangunahing tauhan
nasa magkabilang dulo:

ang dakilang kabron sa kaliwa
at ang dalagitang nakaupo

sa kanang bahaging tinabas
sa restorasyon ayon sa tala

ang higit sa limampung pulgadang kalawakan

Naglaho ang hangganan ng ipininta
Nawala ka sa gitna ng kuwadro

6

Isiniwalat ng pagsusuri:
iginuhit lamang sa huli ang belo

Lumambong sa maamong mukha
ng binibining sa bato nakahilig

ang bahagyang baluktot na katawan
Nakasalalay ang braso sa ulo

Kay nipis ng piraso ng tela

but cannot be lifted

7

Nothing else can be uncovered
except for what's in the beginning:

abandoned dog in a piece of land
Only the head is visible overhead

Deeply unsettling
is that gaze from the pit

where only the eyes can be seen

Whatever's in front is at the brink
of exclusion and salvation

8

Where were the two going—
to a nearby mountain

where horsemen
were likely to go

or somewhere much farther than the unknown
places the painter visited as he succumbed

to isolation at Quinta del Sordo

with his demons
the creatures wrenched from slumber

and perhaps, with dear Leocadia

ngunit hindi maiaangat

7

Wala nang mabubunyag pa
kundi ang nasa simula:

ulilang aso sa kapirasong lupa
Ulo lamang ang nasa ibabaw

Lubhang nakatitigatig
ang titig mula sa hukay

ng tanging matang ipinakita

Ang nasa bukana'y nasa bingit
ng pagkaligta't pagkaligtas

8

Saan ang tungo ng dalawa—
sa di-kalayuan bang bundok

at destinasyon din marahil
ng mga nakakabayo

o sa malayo pa sa di-matutukoy
na narating ng pintor sa pagpaloob

sa pag-iisa sa Quinta del Sordo

kapiling ng kanyang sariling mga demonyo
ang mga likhang iniahon sa katahimikan

at marahil, ng tanging Leocadia

9

Compared to the figures at the threshold to the right
the long queue at the back, on the left side

is more prominent: those who were hazily sketched
The blurry-faced ones in the procession

They make up most of the artwork
if not the loss of the painter

who chose to distance himself from the public
without ever leaving the public behind

The shadows could not leave him

10

That which is concealed by the hand
that was concealed by the hands

that created the fourteen pictures

on the walls that spanned
the entirety of his sanctuary

That which is insisted on by the paintbrushes

That which is held by the mold
in his hands kept secret

from everyone

9

Higit sa mga pigura sa bukana sa kanan
kapuna-puna ang mahabang pila sa kaliwa

sa likuran: silang iginuhit na walang detalye
Walang-mukhang mga tauhan sa prusisyon

Binubuo nila ang kalakhan sa mga obra
kung hindi man ng kawalan ng pintor

na nagpasyang lumayo sa publiko
bagama't hindi niya kailanman naiwan

Hindi siya maiwan ng mga anino

10

Ang ikinukubli ng kamay
na ikinubli ng mga kamay

na lumikha ng labing-apat na larawan

sa mga dingding na sumasapat ·
sa kabuuan ng kanyang kanlungan

Ang iginiit ng mga pinsel

Ang hawak ng anyo
sa kanyang mga kamay na lihim

kahit kanino

11

The only one looking up
among the men reading

from the same book appears to not have time

for truths that can change
any situation

Filling a space held in reserve
Reaching the unseen

12

The two strangers wield something for beating
each other and are likely bloodied from the brawl

even though the painting shows only one of them
to have bloody streaks on the face

Both are knee-deep in mud
in a duel where no retreat is possible

all the way through. The victor
stays locked up by the one he had defeated

11

Ang tanging nakatingala
sa kalalakihang magkakasukob

sa isang aklat ay tila walang panahon

sa karunungang maaaring magpabago
ng anumang kalagayan

Sumasapat sa puwang na inilaan
Humahangga sa di-nakikita

12

Kapwa may pamalo't kapwa marahil duguan
ang dalawang estrangherong naghahamok

kahit isa lang sa kanila ang iginuhit
na gumuguhit sa mukha ang dugo

Kapwa hanggang tuhod na baon sa putik
sa duwelong maitatayang walang atrasan

hanggang sa huli. Kung sino ang magwawagi
maiiwang nakapiit sa kumawala sa kanya

13

They seem to float in air:
The Daughters of Night

Deciding the fate of those on the ground
like the person they're with on the canvas

His hands were bound

yet he was still able to paint
those who had bound his hands:

Clotho, Lachesis, Atropos

14

Along with owls and bats
also common in his works

are witches
Depictions of the deterioration of form

like the senile folks before the dinner table
in the picture. The gaze and the grin etched

on the face of the old man at the center
you take to mean as his readiness to feast

13

Wari lumulutang sila sa ulap:
Mga Supling ng Gabi

Tagapagtakda sa lupa ng palad
ng sa tulad ng kasama nila sa kuwadro

Nakagapos ang mga kamay

ngunit nagawa pa ring maipinta
ang mga gumagapos:

Clotho, Lachesis, Atropos

14

Kasama ng mga kuwago at paniki
karaniwan sa kanyang mga gawa

ang mga mangkukulam
Mga ilustrasyon ng deteryorasyon ng anyo

tulad ng mga hukluban sa hapag
sa larawan. Ang tingin at ngising nakaguhit

sa mukha ng nasa gitnang matanda
sa wari mo ay handa nang magpiyesta

Vantage Point

All around there is uproar: roused
the volcano erupts water

boulders. The town will be submerged

The old man at the Vantage Point has prophesied
it will become the nearby town's river bank

The deluge is not real

If a deluge happens
nobody will survive. You are alone

when you wake up. Left behind

in what you believe is only a leisurely stroll
so you keep walking. All around there is uproar:

you wake up to a volcano that will inundate
the town with water, boulders

By now, this is an old prophesy at the Vantage Point

Durungawan

Nagkakagulo sa paligid: nagising
ang bulkang nagluluwa ng tubig

malalaking bato. Lulubog ang bayan

hula ng matanda sa Durungawan
magiging pampang ng kalapit-bayan

Hindi totoo ang gunaw

Kung magugunaw
walang maiiwan ni isa. Mag-isa ka

nang nagising. Naiwan

sa iyong akala sa isang lakad
kaya naglakad. Nagkakagulo sa paligid:

nagising ka sa bulkang magpapalubog
sa bayan sa tubig, malalaking bato

Matanda na ang hula sa Durungawan

Black Box

It was said that the last conversation was interrupted
at the tower. Housed in the box

are the voices forsaken
from some days ago. A few bodies

have yet to be found. The airplane's tail
was already unearthed.

The darkness of the water
was exposed. In reports, in rumors, the box

would be the only source shedding
light on buried history

Give up the hope
of all those left behind

It seems here is what stands for admitting
fault and what will turn out to be redemption

at last. At last, what will be declared
through the remains: the box is empty

Black Box

Naantala raw ang huling pag-uusap
sa tore. Kipkip ng kahon

ang mga tinig na nawalang-palad
ilang araw na. Ilang katawan pa

ang hindi matagpuan. Naiahon na
ang buntot ng eroplano

Nahukay ang karimlan
ng tubig. Sa ulat, sa haka, ang kahon

ang tanging makapagbibigay
-liwanag sa nabaong kasaysayan

Talikdan ang pag-asa
ng lahat ng naiwan

Narito wari ang pag-aakò
ng sala at maging ng katubusan

sa wakas. Sa wakas, ihahayag
sa mga labi: walang laman ang kahon

Hope

The world has
no hope. No

other allure

that justifies its
salvation can save

it. The world will
cease to exist, and it will

leave behind
nothing. You

who have lost hope
are hopeless

Pag-asa

Walang pag-asa
ang mundo. Walang

anumang kariktan

kung kailangang iligtas
ito, ang makapagliligtas

dito. Mawawala
ang mundo at wala

itong maiiwan
kahit ano. Ikaw

na walang pag-asa
nawalang pag-asa

Box

You were idling around
when it died

the old television

You traveled
to bury it

in the desert where you met
a lost ghost

looking for his body
in an empty box

Kahon

Nakatunganga ka
nang mamatay na lamang

ang lumang telebisyon

Naglakbay ka
upang ito'y ilibing

sa disyerto nakatagpo mo
ang isang multong naliligaw

hanap ang kanyang katawan
sa hungkag na kahon

Shadow

Very quiet
although alone doing nothing

even if you have to wait

You long for something like this
even if you do not know

where the wind carried
what you said

At the edge of vision, you see only
the crossing shadow

Happens all the time

Anino

Lubhang tahimik
gayong mag-isa walang ginagawa

kahit maghintay

bigyan ka pa nawa ng ganito
kahit hindi mo alam

kung saan dinala ng hangin
ang sinabi mo

sa gilid ng paningin tanging nakita
aninong tumawid

na nangyayari tuwina

Hiding Place

After
you had stayed hidden for so long

in a warehouse said to be the den of a
boa constrictor

you found

a clean street
even without a droplet of rain

knocking against the hiding place
you were sure had just been rained on

Taguan

Pagkatapos
magtago nang matagal

sa bodegang umano bahay-
sawa

natagpuan mo

ang malinis na kalsada
kahit wala ni sampatak na

kumatok sa pinagtaguan
natiyak mong kauulan

Host

A handful of unconsecrated host

was what you filched
from the sacristy

and gave away like change money
and bread

The one who received
a few pieces

went to the garden

kissed the cheek
of a friend

Ostiya

Sandakot na ostiyang

di-basbas ang iyong inumit
sa sakristiya

at ipinamigay parang barya
at tinapay

Ang isang ilang piraso
ang tinanggap

nagtungo sa halamanan

hinagkan sa pisngi
ang kaibigan

Landscape

There are bloodstains on your hands

You assess from the tip of the
sword: your opponent:

the world. You are not
the world. You

are the weapon, not him

In a few moments you will end
his life; you will reinstate

what is yours. What is yours. If he does not know
how to use himself

you cannot do anything. In every encounter
the skilled warrior is the first

to die a self-serving death. You cannot defend him
at any time. You can only slay him

The old maestro
has forged for you a sword

that can cut in half even the body
of god

You need an extraordinary sword
to use against your enemy. When you were still a child

Tanawin

May bahid-dugo ang iyong mga kamay

Sinisipat mo sa dulo ng
espada ang iyong katunggali:

ang daigdig. Hindi ikaw
ang daigdig. Ikaw

ang sandata, hindi siya

Sa ilang sandali tatapusin mo
ang kanyang buhay; muling sisimulan

ang sa iyo. Ang iyo. Kung hindi niya alam
gamitin ang sarili

wala kang magagawa. Sa bawat engkuwentro
ang mahusay na mananandata ay nauunang

mamatay sa sarili. Hindi mo siya maipagtatanggol
kailanman. Kaya mo lamang paslangin

Ang matandang maestro
ipinanday ka niya ng espadang

kayang humati kahit ng katawan
ng diyos

Kailangan mo ang pambihirang espada
para gamitin sa iyong kaaway. Noong bata ka pa

you envy those who prepare
for battle. At a young age

you witnessed how they created
sharp instruments: it was exhausting for you

how effortless it was for them. You saw
and sensed how they loved

steel and sharp blades

You dream
to kill an enemy

although you do not know who the enemy might be
You do not know how

your enemy did it
but he had stolen your heart

And because your grief was greater than the heaven's
you vowed to take it back and drain

his blood from it. There are bloodstains
on your hands

It was only when the weapon was given
to you

that you realized. Where
does your misery live

if you do not
have your heart in you?

naiinggit ka sa kanilang naghahanda
para sa digmaan. Sa murang edad

nakita mo kung paano sila lumikha
ng mga patalim: parang mahirap pero parang

madali sa kanila. Nakita mo
at nadama kung paano sila magmahal

sa bakal at talim

Isang pangarap mo
ang pumatay ng kaaway

bagama't hindi mo kilala ang kaaway
Hindi mo alam kung paano

ginawa ng iyong kaaway
pero ninakaw niya ang iyong puso

At dahil malaki sa langit ang iyong dalamhati
sumumpa kang babawiin yun at patatagasin

mula roon ang kanyang dugo. May bahiddugo
ang iyong mga kamay

Ang hindi mo maunawaan nang igawad
sa iyo ang sandata

saka mo natanto, Saan
nanahan ang iyong pagdurusa

kung wala
sa iyo ang iyong puso?

Unsure, you sought advice from the maestro
who told you to forgive yourself and to hide

the sword

You did such things. For a long time
you could not find peace. You knew

that if everything were real, you will have to try
the sharpness of the blade

The sword is powerful
It holds many destinies

including yours, that of your
enemy

There are bloodstains on your
hands

With a sword, you stabbed
your enemy in the chest

thus ending your protracted battle

The sword, spotlessly clean when it pierced
the body, was now covered in blood, dirtied

because the body, in which you poured
your final strength, had certainly been dirtied

You rested
next to his corpse

Nagdadalawang-loob sinangguni mo ang maestro
na nagsabing patawarin ang sarili at itago

ang espada

Ginawa mo ang gayon. Sa mahabang panahon
hindi ka natahimik. Batid na

kung totoo ang lahat kailangang subukin mo
ang talim

Makapangyarihan ang espada
hawak nito ang maraming palad

kabilang ang sa iyo, ang sa iyong
kaaway

May bahid-dugo ang iyong
mga kamay

Naitarak mo sa dibdib ng
iyong katunggali ang espada

at natapos ang inyong mahabang duwelo

Kay linis ng espadang naglagos
sa katawan, natigmak ito ng dugo, narumihan

sapagkat narumihan nga ang katawan
na pinagbuhusan ng mga huling lakas

Nagpahinga ka
sa tabi ng kanyang bangkay

There are bloodstains on your hands

Before this, you had searched for a long time for him
He owed you, and there was no way you could

forgive him. No matter what happens
you will bury him with honor

You examined his body
You were of similar build, almost identical-looking, too

It is possible you are him but not him. You
are the narrator, you

are the one being heard by the Reader in the afterlife
before the page

You take pleasure in the stillness
of the sword next to the lifeless enemy

From time to time you dream
of war and family pictures

Until you wake up—
surrounded by new enemies

Before they killed you, you had a glimpse
of the landscape:

that of an ordinary day, the silence
of a blade sheathed in the scabbard

May bahid-dugo ang iyong mga kamay

Bago ito hinanap mo siya nang matagal.
May utang siya sa iyo at hindi kapatawaran

ang kapalit niyon. Anuman
ililibing mo siya nang may dangal

Minasdan mo ang kanyang katawan
Magkasukat kayo, halos magkahawig din

Maaaring ikaw siya pero hindi. Ikaw
ang nagsasalaysay, ikaw

ang naririnig ng Mambabasa, sa kabilangbuhay
sa harap ng pahina

Tinatamasa mo ang kapanatagan
ng espada sa tabi ng nahihimlay na kaaway

Pasaglit-saglit nananaginip ka
ng madugong labanan at mga larawan ng mga pamilya

Hanggang magising ka—
sukol ng bagong mga kaaway

Bago ka nila napatay sinulyapan mo
ang tanawin:

gaya ng sa karaniwang araw, may katahimikan
ng talim sa kaluban

Summer

The hut at the end of the block
caught fire

for no
reason

He supposed it will fly

like a lit
bag of salted bread

except nothing rises to the heavens
but flying ember

Stack of firewood
on the ground floor

It has been rumored that
an old bachelor

locked the door
the floor and wall

soaked in kerosene

Then while holding
a candle with a listless

flame, looped

his neck
with the eye of the rope

Tag-araw

Nagliyab ang kubo
sa duluhan

nang walang ano-
ano

akala niya'y lilipad

para ng sinindihang
supot ng pandesal

ngunit walang pumalangit
kundi alipato

Tambak ng panggatong
sa silong

Umano
ang matandang soltero

ikinandado ang pinto
ang sahig at dingding

tinigmak ng gaas

saka habang tangan
ang kandilang balisa

ang sindi isinilo

ang sariling leeg
sa mata ng lubid

He was able to stick his tongue out
to the licking flame

while the bamboos and nipa palm thatches
were applauding

This is the final stance
Final stance

wherein the feet
do not touch the ground

A constant reminder:
there's the unfilled

What he had paid for
by suffering

what he had redeemed

would never be enough
because some will be left behind

A deflated
match stick

his body

although still intact
like sculpted mold

despite the frailty

Nagawa niyang makapandila
sa pandidila ng liyab

habang ang mga kawaya't sasâ
nagpapalakpakan

Ito ang huling tindig
Huling tindig

nang hindi sumasayad
ang mga paa sa lupa

Nananatiling paalala:
may hindi napupunan

. Ang kanyang pinagbayaran
sa sariling kamay

ang kanyang tinubos

hindi malulubos
dahil mayroong nalalabi

Kumuyumpis na
palito

ang kanyang katawan

bagama't nananatiling buo
sa pagkakahubog

sa kabila ng rupok

there is that which
cannot be reduced to ashes

The ashes of the rope
that filled

temporarily
what cannot be satiated by

this trap—
still trapping

Not complete
the testament of conflagration

though signed
by its own arsonist

He moistened with saliva
the tip of his finger

to wipe away

the streak of flying ember that had stained
his skin

further fixing
the dirty streak in place

may kung ano
na hindi natupok

Ang abo ng lubid
na sumapat

nang pansamantala
sa di-mapupunan ng sarili

nitong silo—
nananatiling nakasilo

Hindi ganap
ang testamento ng pagsunog

gayong nakalagda
ang sariling arsonista

Binasa niya ng laway
ang dulo ng isang daliri

upang burahin

ang bahid ng alipatong dumapo
sa kanyang balat

lalong dumikit
lamang ang dungis

Only a mound of charcoal
was left

but smoke was still blowing

There was no way to know
whether fire was born

where

Tumpok ng uling
ang tanging naiwan

ngunit patuloy ang usok

Hindi matukoy-tukoy
kung isinilang ang apoy

saan

Summer

The village chapel caught fire

a "chapel" recently constructed
for the month of flowers

after it was lit by "Kano"

a child who looks 'merican
even if he's not 'merican

the clumps of cotton

clouds along with paper
stars in the sky on the altar

"The sky was set on fire"

Only fire
sticks out its tongue

Bearing the flame
that sticks out its tongue

Kano was just quietly moving away
from the fire being doused

His face reflected the glow
of the Western sun, revealing

the awe of figuring out
an effect with no cause

Tag-araw

Nagliyab ang tuklong

kagagawang "kapilya"
para sa buwan ng mga bulaklak

matapos sindihan ni "Kano"

batang mukhang 'kano
kahit hindi 'kano

ang kumpol-kumpol ng bulak-

ulap kasama ng mga papel
na tala sa langit sa altar

"Sinunog ang langit"

Tanging apoy
ang makapandidila

Tangan ang apoy
na makapandidila

Tahimik lamang na lumayo
sa inaapulang apoy si Kano

Maliyab sa kanyang mukha
ang araw sa kanluran. Bakas

ang sensasyon ng pagkatuklas
sa bunga nang walang dahilan

Yet another hunger hollows out
his mind. The fuel

is the locale, the signature of the arsonist
and terrorist for the following day:

he will blast with firecrackers
the papayas planted

by the old man at the end of the block

Ginuguwang ng ibang gutom
ang kanyang isipan. Panggatong

ang paligid, lagda ng arsonista
at terorista sa susunod na araw:

pasasabugan niya ng rebentador
ang mga tanim na papaya

ng matanda sa duluhan

Flying Ember

Tope squinted completely—

his real name was Christopher Maligaya—
with his Grade VI-Carnation classmates

They looked up to watch smoldering pieces of paper
from the sky. Some pieces landed

on their faces. Then news
arrived: the fireworks factory

in a nearby town
had exploded. The teacher sent Tope home

after learning that his mother had worked in the factory
and was one of those who had died instantly

(a detail that was later established). Long after
the one sent home had reached his home

flying ember was still falling

Alipato

Naningkit nang lubusan si Tope—

Christopher Maligaya ang totoong ngalan—
kasama ang mga kaklase sa Gr. VI-Carnation

sa pagtingala sa mga sunog na papel
mula sa langit. May mga pirasong dumapo

sa kanilang mga mukha. Kasunod na dumating
ang balita: sumambulat

ang pabrika ng rebentador
sa kabilang baryo. Pinauwi ng guro si Tope

pagkabatid na sa pabrika nagtatrabaho
ang kanyang ina at umano isa sa mga agad nasawi

(na matitiyak paglaon). Malaon
nang nakauwi ang pinauwi

nahuhulog pa rin ang mga alipato

Tai-ma

So that's why it's "Tai-ma," many people said
referring to the name

of the fireworks factory that exploded
and was rumored to be owned by a Chinese

"ma-tay" *

when transposed for emphasis
for "rationalizing" (when faced by a lack of rationale)

It is as if the name already heralds the death
of people. A bad joke—? You can transpose

a word but not an incident

* "ma-tay" is a play on the Filipino word "mamatay," which means
to die or perish.

Tai-ma

Kaya pala "Tai-ma," sambit ng marami
tinutukoy ang ngalan

ng sumabog na pabrika ng rebentador
umano pag-aari ng isang Tsino

"ma-tay"

pag binaliktad, upang bigyang-diin
bigyang-"katwiran" (sa harap ng di-mapangatwiranan)

tila ibinabadya na ng ngalang mamatay
ang marami. Masamang biro—? Nababaliktad

ang salita, hindi ang pangyayari

King

"King,"

because he's *"king,"* said
the children who are in awe

of King. They follow

him everywhere
as he served for free

or for token pay. Whatever

the job, backbreaking
or cushy, there's no difference

His moniker was just "King"

and nothing else. Nobody knows why. King
was his name

When Tai-ma Factory, Inc. exploded

he led the rescue
of those who could still be rescued

as the factory burned down

A newspaper captured a snapshot
of him lugging

a severed leg

King

"*King*,"

kasi "*hari*," ang wika
ng mga batang hanga

kay King. Sumusunod sila

sa kanya saanman
maglingkod nang libre

o anuman ang maiabot. Anuman

ang trabaho, mabigat
o magaan, walang pagkakaiba

"King" ang tawag sa kanya

wala nang iba. Ewan kung bakit. Si King
ang laging tawag nila

Nang sumabog ang Tai-ma

Factory, Inc., siya ang nanguna
sa pagliligtas sa mga maililigtas

habang nasusunog ang pabrika

Nakunan siya ng larawan
ng isang d'yaryo habang tangan

ang isang putol na binti

from the site of the blast
There's no balking, for him

gallantry isn't anything special. One day

King is dead. *King is
dead. Long live King!*

sa bunton ng nasabugan
Wala pangingimi, sa kanya

karaniwan ang kabayanihan. Isang araw

wala na si King. *Wala na
si King. Mabuhay si King!*

Lesson in History

The town ignited
at the dawn of the century

after saying
the words:

yearning:

to slay and destroy by fire. It is much better
if there is more

including everyone older
than ten years

As if dangling

from the tongues
of cathedral bells

the wishes

After the alarm sounded
nobody is looking forward

to the tolling of bells
        In the hollow

cathedral bells hold
all that can be stowed away

Aralin sa Kasaysayan

Nagliyab ang bayan
sa bukana ng siglo

matapos ihulog
ang mga salita:

hiling:

pumaslang at manunog. Higit na mabuti
kung marami

kabilang ang lahat ng lampas
sa sampung taon

Tila nakabitin

sa mga dila
ng mga kampana

ang mga kahilingan

Matapos ang babala
wala nang tumitingala

sa dupikal
    Sa guwang

kipkip ng mga kampana
ang lahat ng maisisilid

Lesson in History

Lexicon inculcates
the meaning
of the word. From
corregir: "to correct"

There are no precise
meanings for significations
according to structuralists
A list can only be written

on water, constantly
encircling the island are words
connecting the ones being bandied around
even when they do not make sense

The cannons were aimed at the sky
The sky had to change, even now
when it is cloudy. It had rained here
and the whole island was drenched

Meanwhile, the uproar
of the seas won't wane even when
the cannons seemed to have stopped firing. The waves
keep pummeling the white rocks

A few moments and the sun can see
through the cannons' mouths
the emptiness, the blackened void
The hollow lives on

Aralin sa Kasaysayan

Itinuturo ng tala
-hulugan ang kahulugan
ng salita. Mula
sa *corregir*: "ituwid"

Walang ganap
maitatawid sa mga signipikasyon
ayon sa mga estruktura
-lista. Maililista lang

sa tubig, patuloy
lumiligid sa isla ang mga salita
maiuugnay ang isa't isang malaya
kahit walang saysay sa sarili

Nakaturo sa langit ang mga kanyon
Walang langit na hindi nagbabago, kahit ngayon
pawang ulap. Umulan dito
at natigmak ang buong isla

Samantala, hindi napapayapa
ang dagat kahit tila tahimik na
ang mga kanyon. Ang mga alon
patuloy sumasalpok sa puting batuhan

Ilang sandali pa masisilip ng araw
sa mga bunganga ng mga kanyon
ang hungkag, madilim na loob
Nananatili ang mga guwang

Prisoners created the tunnel
Prisoners create a tunnel
for escape (not for liberation)
Many were stuck inside the tunnel

even darkness. The tunnel is an access point
at the foot of the hill, and where does it end
if there's an end to it. Here
shadows linger at the entrance

This is where the enemies chose to blow
themselves up instead of surrendering. For once
the explosion has called attention to
the splintering of buried light

The lighthouse was aimed at the sky
There was no ship in sight
There was no shoreline to look back to
The airplanes severed

the clouds. It had rained here
and the whole island was drenched. Never
would the sea grow calm, the onslaught
of waves would reach the shore

The lighthouse was once obscured
pried from the clutches of its source of light that could not
even save itself, a reminder that until now
the self was always beyond saving

Mga bilanggo ang lumikha ng tunel
Lumilikha ng tunel ang mga bilanggo
upang makatakas (hindi makalaya)
Maraming nakulong sa tunel

hindi lamang karimlan. Lagusan
sa paanan ng gulod na saang dulo
humahantong kung mayroong dulo. Dito
naiiwan sa bungad ang mga anino

Dito pinasambulat ng mga kaaway
ang mga sarili kaysa sumuko. Sa saglit
idiniin ng gayong pagsambulat
ang pagkapira-piraso ng kubling liwanag

Nakaturo sa langit ang parola
Walang barko na na abot tanaw.
Walang baybay na nababaliktanaw.
Hiniwa ng mga eroplano

ang mga ulap. Umulan dito
at natigmak ang buong isla. Kailanman
hindi napapayapa ang dagat, parating
ang puwersa ng alon sa dalampasigan

Minsang binulag ang parola
hinungkag sa liwanag na hindi naisalba
kahit ang sarili, tanda hanggang ngayon
hindi maisasalba ang sarili

Words are ruins
They turn into relics even before
they pass from one hollow
to another

It is only here, until now that they can
leave their marks. Stay
until meaning
loses its ability to erase. Drafts

were all that were written. Teach
the recurring inception
of the deathless. Release
the red sun's surprise at the harbor

Mga guho ang mga salita
Mga labí bago pa man
mahulog mula sa guwang
tungo sa isa pang guwang

Dito lang ito, hanggang ngayon
maaaring magmarka. Manatili
hanggang walang kahulugan
na hindi nagbubura. Mga borador

lahat ng isinulat. Itinuturo
ang muli't muling pagsisimula
sa walang wakas. Inihuhulog
sa daungan ang sorpresa ng pulang araw

Vocabulary

Words falling from the mouth into
an open pit cannot cover up

what those words of hesitation meant
Whoever accepted those words cannot accept

the words' irrelevance for those they had killed
for as long as words fall from the mouth

Bokabularyo

Ang mga salitang nahulog sa bibig patungo
sa nakangangang hukay hindi matatabunan

ang ibig sabihin ng mga salitang kung sakali
sinumang nakatanggap ay hindi matatanggap

na walang magagawa para sa kanilang pinaslang
hanggang may mga salitang nahuhulog sa bibig

Lesson in History

Aimed at the mountains
were the cannons of foes
this morning of May
1897. All the while

the mandate had been received
in the form of a sealed letter
Do not open. When you get
there, open this letter

Read it aloud before
those two and strictly follow
what it says. May God
keep you safe

for a long time
For a long time, they should be wary
of you who take the life
of your Tagalog comrades

It is because history
is rehashed. History that
according to him, should be feared
because nothing can be hidden from it

Here, nothing is hidden. Here
in a region with a small mountain
near Cawayanan, at the other side of irrigated lands
the glare of the sun is to the right

Aralin sa Kasaysayan

Nakaturo sa kabundukan
ang mga kanyon ng mga kaaway
ngayong umaga ng Mayo
1897. Samantala

tinanggap ang atas
sa anyo ng pinid na liham
Huwag bubuksan. Pagdating
doon, buksan itong sulat

basahin nang malakas sa harap
ng dalawa at sunding mahigpit
kung ano ang sinasabi. Diyos
ang mag-ingat sa inyo

sa mahabang panahon
Sa mahabang panahon, mag-ingat
sa inyo na ang pinapatay
· inyo ring kapwa Tagalog

Sapagkat nauulit nga
ang kasaysayan. Ang kasaysayan
na aniya, dapat katakutan
dahil dito walang maikukubli

Dito walang maikukubli. Dito
sa isang pook na may munting bundok
malapit sa Cawayanan, kabilang tubigan
nasa kanan ang sikat ng araw

I wish for daytime to be long drawn out
in the mountains. I wish for daytime
to be long drawn out in the mountains. I wish
for daytime to be long drawn out in the mountains

I wish to still be far away from my destination. I wish
rest is still far beyond my grasp. I wish
the letter had not been opened yet. I wish to not
die yet. I wish they have not gained ground yet

the enemies. The enemies
I wish they are not my brothers. Brother
forgive me. I wish
history can be rewound

The words
in the letter, words locked away
so they cannot be filched from the bounds
of expediency. With the letter unfurled

there is finality. The end
has come, although the enemies
have yet to arrive
Peloton! Preparen! Carguen

Armas! The words
that can silence. The words
that are silent. The words
that will stay unquiet for a long time

Sana mahaba pa ang araw
sa kabundukan. Sana mahaba pa
ang araw sa kabundukan. Sana
mahaba pa ang araw sa kabundukan

Sana malayo pa sa sadya. Sana
malayo pang magpahinga. Sana hindi pa
buksan ang liham. Sana huwag muna
maputlan ng hininga. Sana malayo pa

ang mga kaaway. Ang mga kaaway
sana hindi mga kapatid. Kapatid
patawarin mo ako. Sana nga
nauulit ang kasaysayan

Ang mga salitang kipkip
sa liham, mga salitang ipininid
upang hindi matakasan ang takda
sa sandali. Sa pagbukas ng sulat

wala nang bukas. Dumating na
ang wakas, hindi pa man ganap
dumarating ang mga kaaway
Peloton! Preparen! Carguen

Armas! Ang mga salita
na nakapagpapatahimik. Ang mga salita
na nananahimik. Ang mga salita
na malaong hindi matatahimik

History has many versions
Verses have many versions
even these verses. It is true
Verses have history

There are verses for the slain
No verses are set out to slay
There are verses for a wife
searching for her husband

Verses that inquire, where
to find what had been stolen from her
Verses that spout
only great lies

Maraming bersiyon ang kasaysayan
Maraming bersiyon ang mga berso
kahit ang mga bersong ito. Totoo
May kasaysayan ang mga berso

May mga berso sa mga pinaslang
Walang mga bersong pumapaslang
May mga berso sa isang maybahay
na naghahanap sa kanyang asawa

Mga bersong nagtatanong, Saan
naroon ang kinuha sa kanya
Mga bersong walang maitutugon
kundi isang malaking kabulaanan

Hollow

A few more days and they were deeply troubled

by the gaping hollow that was once
just a crack on a concrete floor

The hollow was sealed with cement

It split open a few days later
the hollow wider than before

Their confusion grew

The hollow was once again sealed with cement
The next day it was much wider than before

People flocked, wanting to see

the chance to say what was only previously imagined
but nothing can close up

the hollow—devouring every word

Guwang

Ilang araw pa't lubha nilang ipinagtaka

ang lubusang pagguwang ng sa simula
bitak lang sa kongkretong sahig

Ipinasemento ang gumuwang

Ilang araw lang ay muli itong bumitak
at gumuwang nang mas malaki

Lalong hinamon ang kanilang pagtataka

Muling ipinasemento ang gumuwang
higit itong malaki sa dati kinabukasan

Dumagsa ang mga taong ibig sumilip

sa pagkakataong masabi ang inaakala
ngunit walang nakapagpahilom

sa guwang—kinakain bawat salita

Translator's Note

Consider negative space or the necessary blankness that trains us to see more clearly the subject of an image in the same way silence helps us to hear sounds that are otherwise imperceptible. If negative space were to be chatty, because: why not—and we are somehow face to face with it, dealing with its baggage on a plane so intimate that we are almost on a first-name basis with it, then this book would have chronicled the generational anxieties and existential anguish of a Filipino taking in the many different forms of negative-space manifestations in our lives and throughout specific moments in Philippine history.

I translated *Hollow* from its Filipino-language counterpart *Guwang* (Manila: High Chair, 2013) during the years 2015 and 2016. Some individual poems, in their earlier versions, have appeared in magazines and journals. "Hollow," this book's last and titular poem, is the first translated poem in this book to see publication (in the Pakistan-based journal *The Missing Slate*) and my first ever published translation work. My relationship with *Hollow* goes a long way back, some five or so years ago. In fact, much of my early translation approaches are preserved in this volume. And so are my early efforts to come to terms with the source text's seemingly open ending, its lack of closure.

Annotating in 2016 my translation of the long poem, "Deep Well," for the journal *Asymptote*, I wrote this:

In translating "Deep Well," as well as the rest of the book from which this poem was taken, I tried not to go overboard with translating creatively, except where preserving musicality obviously superseded the need to convey the closest possible intended meaning. I felt that the source text *Guwang* (High Chair Books, 2013)—a fanatical yet clinical exploration of the silences that fester along the periphery of traumas and of the non-myth that loosely links obsessive psychosis with artistic genius—deserved an equally fanatical yet clinical translation that aimed for an almost word-for-word/silence-for-silence equivalence.

There is no easy way to convey in English the myriad interpretations of the Filipino version of "Deep Well." This line, for example—*nakaguwang na bungangang naghihintay ng mahuhulog na bunga*—which I decided to translate as "an open mouth waiting for the trickling outcome," hints at either an open mouth waiting for an actual fruit to drop or a vocal petitioner teetering while waiting for the outcome of a cause-effect scenario. I combined the two disparate, simultaneously occurring situations. I used the word "trickling" to denote fluidity, which is in line with the spirit of the poem. Even when suspended in the act of waiting for something to happen (or for something to drop), there is unrest. There is always change and movement, both temporally and spatially.

In order to illuminate, Arguelles's "Balong Malalim" deliberately obfuscates. And it does so masterfully through syntactic wringing: . . . *Hindi mo matatakpan // ang mananatiling bukas sa bawat bukas na wala / sa bawat bukas ng daigdig hanggang sa bukas na wakas. The calculated repetition of the polyseme bukas,* which means, among other things, "tomorrow," "open," and "receptive," is a challenge to translate. This repetition of "bukas" has been leveraged to demonstrate a lone root morpheme's remarkable flexibility, set in a lyrical construct, straddling temporal and spatial cues. Although Arguelles's lines offer multiple possibilities for interpretation, my translation fixes the meaning of *bukas* at every iteration: ". . . You cannot keep under wraps // what stays open for every tomorrow that is not part / of every opening of the world until tomorrow becomes the end."

Hollow is the voluble emptiness disambiguated, filled, and sometimes antagonized to better understand its impulses. I hope that my translation has not strayed too far away from the prescriptions of the original-language *Guwang,* and that in my appropriation into English, I have participated in turning the uniquely Filipino-specific cues in this book into something that resonates with—and perhaps is nourishing for—an international readership.

Kristine Ong Muslim
February 6, 2020

Notes,
by Mesándel Virtusio
Arguelles

"Higit sa Modernong Sining" is for Alessandra Trinidad.

"Labing-apat na Larawan" is based on Francisco Goya's *Pinturas Negras*.

"Aralin sa Kasaysayan (Nagliyab ang bayan)" is based on accounts of the Balangiga, Samar massacre of 1901.

"Aralin sa Kasaysayan (Itinuturo ng tala)" is based on accounts of the Corregidor battle in 1945.

"Aralin sa Kasaysayan (Nakaturo sa kabundukan)" is based on accounts of the execution of brothers, Andres Bonifacio and Procopio Bonifacio, in Maragondon, Cavite in 1897.

"Bokabularyo (Ang mga salitang nahulog...)" is one of the two poems I wrote in response to the massacre of 58 people in Ampatuan, Maguindanao in 2009.

"Ang Kanyang Buhay na Ipinangako" is based on an account of Paul Cézanne's life.

About the Author

Mesándel Virtusio Arguelles (b. October 1977) is the author of twenty books of and about poetry, most recently *Atra: Mga Tula 1999–2019* (Balangay Books, 2020) and the Poetry Book Society-recommended *Three Books* (Broken Sleep Books UK, 2020), with translations by Kristine Ong Muslim and illustrations by Erika M. Carreon. His works and interests encompass books, conceptual writing, translation, film and video, installation, found objects, and text-based experimentation. His erasure projects continue to explore and expand on the concepts of, among others, time and memory, language and loss, identity and anonymity, and sex and intimacy. A recipient of multiple national awards—including the Don Carlos Palanca Memorial Awards for Literature and Maningning Miclat Poetry Award—and fellowships from the University of the Philippines National Writers' Workshop and the Bienvenido N. Santos Creative Writing Center National Workshop on Art and Cultural Criticism, Arguelles is a three-time finalist for the National Book Award. He works as a book editor and translator, and teaches literature and creative writing at the De La Salle University in Manila. His forthcoming book is the novel *Asinkrono: Isang Nobela.*

About the Translator

Kristine Ong Muslim (b. September 1980) is the author of nine books of fiction and poetry, including *The Drone Outside* (Eibonvale Press, 2017), *Black Arcadia* (University of the Philippines Press, 2017), *Meditations of a Beast* (Cornerstone Press, 2016), *Butterfly Dream* (Snuggly Books, 2016), *Age of Blight* (Unnamed Press, 2016), and *Lifeboat* (University of Santo Tomas Publishing House, 2015). She is co-editor of three anthologies: the British Fantasy Award-winning *People of Colo(u)r Destroy Science Fiction!* (2016) and *Ulirát: Best Contemporary Stories in Translation from the Philippines* (Gaudy Boy, 2021). Her translations of the works of Mesándel Virtusio Arguelles include *Twelve Clay Birds: Selected Poems* (University of the Philippines Press, 2021), *Three Books* (Broken Sleep Books, 2020), *Walang Halong Biro* (De La Salle University Publishing House, 2018), and *Pesoa* (Balangay Books, 2021). Widely anthologized, Muslim's short stories were translated into Bulgarian, French, Polish, and Serbian. She grew up and continues to live in a rural town in southern Philippines.

Title Index

First Line Index

W

Y

www.ingramcontent.com/pod-product-compliance
Lightning Source LLC
Chambersburg PA
CBHW010041090426
42734CB00019B/3243